# The Baby Chronicles

This Book Belongs to:

Also illustrated by Sue Dennen

Calendars

*Make Your Own Calendar*

*Who Says I Don't Have a Life*

For young readers

*The Kid Detective's Handbook and Scene-of-the-Crime Kit*

# The Baby Chronicles

## A Make Your Own Record for New Moms & Moms-to-Be

Illustrated by Sue Dennen

Little, Brown and Company
Boston New York London

Originally published in wall calendar format
by Little, Brown and Company, August 1999
First paperback edition, February 2002



Text by Susan Canavan and Sue Dennen



First Edition

ISBN 0-316-18581-7

10 9 8 7 6 5 4 3 2 1

Produced by Hudson Park Press

Printed in Korea

# Dear Mom-to-Be,

Welcome to *The Baby Chronicles!* Can you believe that in just a few short months (or long depending on how you look at it!), you are going to be a real, bona fide, honest-to-goodness mom?

Yes, you. Don't look behind you. There's no turning back now!

Soon they will entrust you with the care of this little ball of wonder otherwise known as your baby for 24 hours a day, 7 days a week, 52 weeks a year — at least until college. But all moms know that the care goes on in your heart for the rest of your life. And if you think you feel special now, carrying the baby — just wait until you are holding your baby. You are going to be filled with more love, joy, and flat-out amazement than you ever thought there was in the world.

So, you've got a few things to think about right now. Big, monumentally important, life-changing stuff. And you know what? It's going to be great. And *The Baby Chronicles* is going to be with you all the way.

Here is the place for you to record everything that happens over the next seventeen months — as it happens. And we want details! You don't want to leave anything out because when you look back over this time in your life, you will realize that everything is worth remembering (even stuff that at the time you wanted to forget). We know you'll be busy. But trust us — take the time (with the stickers it takes no time at all!) to record all the milestones, mishaps, mysteries, and miracles that are going to fill and color the months ahead.

You'll be so glad that you did.

# 2002

### Jan 2002

| S | M | T | W | T | F | S |
|---|---|---|---|---|---|---|
| | | 1 | 2 | 3 | 4 | 5 |
| 6 | 7 | 8 | 9 | 10 | 11 | 12 |
| 13 | 14 | 15 | 16 | 17 | 18 | 19 |
| 20 | 21 | 22 | 23 | 24 | 25 | 26 |
| 27 | 28 | 29 | 30 | 31 | | |

### Feb 2002

| S | M | T | W | T | F | S |
|---|---|---|---|---|---|---|
| | | | | | 1 | 2 |
| 3 | 4 | 5 | 6 | 7 | 8 | 9 |
| 10 | 11 | 12 | 13 | 14 | 15 | 16 |
| 17 | 18 | 19 | 20 | 21 | 22 | 23 |
| 24 | 25 | 26 | 27 | 28 | | |

### Mar 2002

| S | M | T | W | T | F | S |
|---|---|---|---|---|---|---|
| | | | | | 1 | 2 |
| 3 | 4 | 5 | 6 | 7 | 8 | 9 |
| 10 | 11 | 12 | 13 | 14 | 15 | 16 |
| 17 | 18 | 19 | 20 | 21 | 22 | 23 |
| 24 | 25 | 26 | 27 | 28 | 29 | 30 |
| 31 | | | | | | |

### Apr 2002

| S | M | T | W | T | F | S |
|---|---|---|---|---|---|---|
| | 1 | 2 | 3 | 4 | 5 | 6 |
| 7 | 8 | 9 | 10 | 11 | 12 | 13 |
| 14 | 15 | 16 | 17 | 18 | 19 | 20 |
| 21 | 22 | 23 | 24 | 25 | 26 | 27 |
| 28 | 29 | 30 | | | | |

### May 2002

| S | M | T | W | T | F | S |
|---|---|---|---|---|---|---|
| | | | 1 | 2 | 3 | 4 |
| 5 | 6 | 7 | 8 | 9 | 10 | 11 |
| 12 | 13 | 14 | 15 | 16 | 17 | 18 |
| 19 | 20 | 21 | 22 | 23 | 24 | 25 |
| 26 | 27 | 28 | 29 | 30 | 31 | |

### Jun 2002

| S | M | T | W | T | F | S |
|---|---|---|---|---|---|---|
| | | | | | | 1 |
| 2 | 3 | 4 | 5 | 6 | 7 | 8 |
| 9 | 10 | 11 | 12 | 13 | 14 | 15 |
| 16 | 17 | 18 | 19 | 20 | 21 | 22 |
| 23 | 24 | 25 | 26 | 27 | 28 | 29 |
| 30 | | | | | | |

### Jul 2002

| S | M | T | W | T | F | S |
|---|---|---|---|---|---|---|
| | 1 | 2 | 3 | 4 | 5 | 6 |
| 7 | 8 | 9 | 10 | 11 | 12 | 13 |
| 14 | 15 | 16 | 17 | 18 | 19 | 20 |
| 21 | 22 | 23 | 24 | 25 | 26 | 27 |
| 28 | 29 | 30 | 31 | | | |

### Aug 2002

| S | M | T | W | T | F | S |
|---|---|---|---|---|---|---|
| | | | | 1 | 2 | 3 |
| 4 | 5 | 6 | 7 | 8 | 9 | 10 |
| 11 | 12 | 13 | 14 | 15 | 16 | 17 |
| 18 | 19 | 20 | 21 | 22 | 23 | 24 |
| 25 | 26 | 27 | 28 | 29 | 30 | 31 |

### Sep 2002

| S | M | T | W | T | F | S |
|---|---|---|---|---|---|---|
| 1 | 2 | 3 | 4 | 5 | 6 | 7 |
| 8 | 9 | 10 | 11 | 12 | 13 | 14 |
| 15 | 16 | 17 | 18 | 19 | 20 | 21 |
| 22 | 23 | 24 | 25 | 26 | 27 | 28 |
| 29 | 30 | | | | | |

### Oct 2002

| S | M | T | W | T | F | S |
|---|---|---|---|---|---|---|
| | | 1 | 2 | 3 | 4 | 5 |
| 6 | 7 | 8 | 9 | 10 | 11 | 12 |
| 13 | 14 | 15 | 16 | 17 | 18 | 19 |
| 20 | 21 | 22 | 23 | 24 | 25 | 26 |
| 27 | 28 | 29 | 30 | 31 | | |

### Nov 2002

| S | M | T | W | T | F | S |
|---|---|---|---|---|---|---|
| | | | | | 1 | 2 |
| 3 | 4 | 5 | 6 | 7 | 8 | 9 |
| 10 | 11 | 12 | 13 | 14 | 15 | 16 |
| 17 | 18 | 19 | 20 | 21 | 22 | 23 |
| 24 | 25 | 26 | 27 | 28 | 29 | 30 |

### Dec 2002

| S | M | T | W | T | F | S |
|---|---|---|---|---|---|---|
| 1 | 2 | 3 | 4 | 5 | 6 | 7 |
| 8 | 9 | 10 | 11 | 12 | 13 | 14 |
| 15 | 16 | 17 | 18 | 19 | 20 | 21 |
| 22 | 23 | 24 | 25 | 26 | 27 | 28 |
| 29 | 30 | 31 | | | | |

# ✩ Directions ✩

We know your due date is emblazoned in your brain. The first step is to mark it on this calendar. To make it easy, let's say your due date is June 15. Turn to the fourth month of this calendar (*Ready or Not — Here I Come!*) and affix a June sticker (from the sticker inserts enclosed) in the space provided above the calendar grid. Next, using the yearly calendars at left or on the following pages, fill in the dates of June. Now it's time to mark the actual day. Find the D-Day sticker and put it on the 15th, continuing with our sample. From there, work backwards and forwards, filling in the days of the months all at once or as you go. We recommend doing it now — while you still have the time! Good luck.

# 2003

**Jan 2003**

| S | M | T | W | T | F | S |
|---|---|---|---|---|---|---|
| | | | 1 | 2 | 3 | 4 |
| 5 | 6 | 7 | 8 | 9 | 10 | 11 |
| 12 | 13 | 14 | 15 | 16 | 17 | 18 |
| 19 | 20 | 21 | 22 | 23 | 24 | 25 |
| 26 | 27 | 28 | 29 | 30 | 31 | |

**Feb 2003**

| S | M | T | W | T | F | S |
|---|---|---|---|---|---|---|
| | | | | | | 1 |
| 2 | 3 | 4 | 5 | 6 | 7 | 8 |
| 9 | 10 | 11 | 12 | 13 | 14 | 15 |
| 16 | 17 | 18 | 19 | 20 | 21 | 22 |
| 23 | 24 | 25 | 26 | 27 | 28 | |

**Mar 2003**

| S | M | T | W | T | F | S |
|---|---|---|---|---|---|---|
| | | | | | | 1 |
| 2 | 3 | 4 | 5 | 6 | 7 | 8 |
| 9 | 10 | 11 | 12 | 13 | 14 | 15 |
| 16 | 17 | 18 | 19 | 20 | 21 | 22 |
| 23 | 24 | 25 | 26 | 27 | 28 | 29 |
| 30 | 31 | | | | | |

**Apr 2003**

| S | M | T | W | T | F | S |
|---|---|---|---|---|---|---|
| | | 1 | 2 | 3 | 4 | 5 |
| 6 | 7 | 8 | 9 | 10 | 11 | 12 |
| 13 | 14 | 15 | 16 | 17 | 18 | 19 |
| 20 | 21 | 22 | 23 | 24 | 25 | 26 |
| 27 | 28 | 29 | 30 | | | |

**May 2003**

| S | M | T | W | T | F | S |
|---|---|---|---|---|---|---|
| | | | | 1 | 2 | 3 |
| 4 | 5 | 6 | 7 | 8 | 9 | 10 |
| 11 | 12 | 13 | 14 | 15 | 16 | 17 |
| 18 | 19 | 20 | 21 | 22 | 23 | 24 |
| 25 | 26 | 27 | 28 | 29 | 30 | 31 |

**Jun 2003**

| S | M | T | W | T | F | S |
|---|---|---|---|---|---|---|
| 1 | 2 | 3 | 4 | 5 | 6 | 7 |
| 8 | 9 | 10 | 11 | 12 | 13 | 14 |
| 15 | 16 | 17 | 18 | 19 | 20 | 21 |
| 22 | 23 | 24 | 25 | 26 | 27 | 28 |
| 29 | 30 | | | | | |

**Jul 2003**

| S | M | T | W | T | F | S |
|---|---|---|---|---|---|---|
| | | 1 | 2 | 3 | 4 | 5 |
| 6 | 7 | 8 | 9 | 10 | 11 | 12 |
| 13 | 14 | 15 | 16 | 17 | 18 | 19 |
| 20 | 21 | 22 | 23 | 24 | 25 | 26 |
| 27 | 28 | 29 | 30 | 31 | | |

**Aug 2003**

| S | M | T | W | T | F | S |
|---|---|---|---|---|---|---|
| | | | | | 1 | 2 |
| 3 | 4 | 5 | 6 | 7 | 8 | 9 |
| 10 | 11 | 12 | 13 | 14 | 15 | 16 |
| 17 | 18 | 19 | 20 | 21 | 22 | 23 |
| 24 | 25 | 26 | 27 | 28 | 29 | 30 |
| 31 | | | | | | |

**Sep 2003**

| S | M | T | W | T | F | S |
|---|---|---|---|---|---|---|
| | 1 | 2 | 3 | 4 | 5 | 6 |
| 7 | 8 | 9 | 10 | 11 | 12 | 13 |
| 14 | 15 | 16 | 17 | 18 | 19 | 20 |
| 21 | 22 | 23 | 24 | 25 | 26 | 27 |
| 28 | 29 | 30 | | | | |

**Oct 2003**

| S | M | T | W | T | F | S |
|---|---|---|---|---|---|---|
| | | | 1 | 2 | 3 | 4 |
| 5 | 6 | 7 | 8 | 9 | 10 | 11 |
| 12 | 13 | 14 | 15 | 16 | 17 | 18 |
| 19 | 20 | 21 | 22 | 23 | 24 | 25 |
| 26 | 27 | 28 | 29 | 30 | 31 | |

**Nov 2003**

| S | M | T | W | T | F | S |
|---|---|---|---|---|---|---|
| | | | | | | 1 |
| 2 | 3 | 4 | 5 | 6 | 7 | 8 |
| 9 | 10 | 11 | 12 | 13 | 14 | 15 |
| 16 | 17 | 18 | 19 | 20 | 21 | 22 |
| 23 | 24 | 25 | 26 | 27 | 28 | 29 |
| 30 | | | | | | |

**Dec 2003**

| S | M | T | W | T | F | S |
|---|---|---|---|---|---|---|
| | 1 | 2 | 3 | 4 | 5 | 6 |
| 7 | 8 | 9 | 10 | 11 | 12 | 13 |
| 14 | 15 | 16 | 17 | 18 | 19 | 20 |
| 21 | 22 | 23 | 24 | 25 | 26 | 27 |
| 28 | 29 | 30 | 31 | | | |

# 2004

**Jan 2004**

| S | M | T | W | T | F | S |
|---|---|---|---|---|---|---|
| | | | | 1 | 2 | 3 |
| 4 | 5 | 6 | 7 | 8 | 9 | 10 |
| 11 | 12 | 13 | 14 | 15 | 16 | 17 |
| 18 | 19 | 20 | 21 | 22 | 23 | 24 |
| 25 | 26 | 27 | 28 | 29 | 30 | 31 |

**Feb 2004**

| S | M | T | W | T | F | S |
|---|---|---|---|---|---|---|
| 1 | 2 | 3 | 4 | 5 | 6 | 7 |
| 8 | 9 | 10 | 11 | 12 | 13 | 14 |
| 15 | 16 | 17 | 18 | 19 | 20 | 21 |
| 22 | 23 | 24 | 25 | 26 | 27 | 28 |
| 29 | | | | | | |

**Mar 2004**

| S | M | T | W | T | F | S |
|---|---|---|---|---|---|---|
| | 1 | 2 | 3 | 4 | 5 | 6 |
| 7 | 8 | 9 | 10 | 11 | 12 | 13 |
| 14 | 15 | 16 | 17 | 18 | 19 | 20 |
| 21 | 22 | 23 | 24 | 25 | 26 | 27 |
| 28 | 29 | 30 | 31 | | | |

**Apr 2004**

| S | M | T | W | T | F | S |
|---|---|---|---|---|---|---|
| | | | | 1 | 2 | 3 |
| 4 | 5 | 6 | 7 | 8 | 9 | 10 |
| 11 | 12 | 13 | 14 | 15 | 16 | 17 |
| 18 | 19 | 20 | 21 | 22 | 23 | 24 |
| 25 | 26 | 27 | 28 | 29 | 30 | |

**May 2004**

| S | M | T | W | T | F | S |
|---|---|---|---|---|---|---|
| | | | | | | 1 |
| 2 | 3 | 4 | 5 | 6 | 7 | 8 |
| 9 | 10 | 11 | 12 | 13 | 14 | 15 |
| 16 | 17 | 18 | 19 | 20 | 21 | 22 |
| 23 | 24 | 25 | 26 | 27 | 28 | 29 |
| 30 | 31 | | | | | |

**Jun 2004**

| S | M | T | W | T | F | S |
|---|---|---|---|---|---|---|
| | | 1 | 2 | 3 | 4 | 5 |
| 6 | 7 | 8 | 9 | 10 | 11 | 12 |
| 13 | 14 | 15 | 16 | 17 | 18 | 19 |
| 20 | 21 | 22 | 23 | 24 | 25 | 26 |
| 27 | 28 | 29 | 30 | | | |

**Jul 2004**

| S | M | T | W | T | F | S |
|---|---|---|---|---|---|---|
| | | | | 1 | 2 | 3 |
| 4 | 5 | 6 | 7 | 8 | 9 | 10 |
| 11 | 12 | 13 | 14 | 15 | 16 | 17 |
| 18 | 19 | 20 | 21 | 22 | 23 | 24 |
| 25 | 26 | 27 | 28 | 29 | 30 | 31 |

**Aug 2004**

| S | M | T | W | T | F | S |
|---|---|---|---|---|---|---|
| 1 | 2 | 3 | 4 | 5 | 6 | 7 |
| 8 | 9 | 10 | 11 | 12 | 13 | 14 |
| 15 | 16 | 17 | 18 | 19 | 20 | 21 |
| 22 | 23 | 24 | 25 | 26 | 27 | 28 |
| 29 | 30 | 31 | | | | |

**Sep 2004**

| S | M | T | W | T | F | S |
|---|---|---|---|---|---|---|
| | | | 1 | 2 | 3 | 4 |
| 5 | 6 | 7 | 8 | 9 | 10 | 11 |
| 12 | 13 | 14 | 15 | 16 | 17 | 18 |
| 19 | 20 | 21 | 22 | 23 | 24 | 25 |
| 26 | 27 | 28 | 29 | 30 | | |

**Oct 2004**

| S | M | T | W | T | F | S |
|---|---|---|---|---|---|---|
| | | | | | 1 | 2 |
| 3 | 4 | 5 | 6 | 7 | 8 | 9 |
| 10 | 11 | 12 | 13 | 14 | 15 | 16 |
| 17 | 18 | 19 | 20 | 21 | 22 | 23 |
| 24 | 25 | 26 | 27 | 28 | 29 | 30 |
| 31 | | | | | | |

**Nov 2004**

| S | M | T | W | T | F | S |
|---|---|---|---|---|---|---|
| | 1 | 2 | 3 | 4 | 5 | 6 |
| 7 | 8 | 9 | 10 | 11 | 12 | 13 |
| 14 | 15 | 16 | 17 | 18 | 19 | 20 |
| 21 | 22 | 23 | 24 | 25 | 26 | 27 |
| 28 | 29 | 30 | | | | |

**Dec 2004**

| S | M | T | W | T | F | S |
|---|---|---|---|---|---|---|
| | | | 1 | 2 | 3 | 4 |
| 5 | 6 | 7 | 8 | 9 | 10 | 11 |
| 12 | 13 | 14 | 15 | 16 | 17 | 18 |
| 19 | 20 | 21 | 22 | 23 | 24 | 25 |
| 26 | 27 | 28 | 29 | 30 | 31 | |

# Mom-to-Be

Photo of Mom

Full Name: ____________

Age: ______ Job: ____________

Hobbies: ____________

When I first suspected: ____________

When I first found out: ____________

What I said: ____________

What I was thinking & feeling: ____________

Who I told: ____________

What they said: ____________

Favorite thing about being a Mom-to-Be: ____________

Scariest thing: ____________

Hopes for Baby: ____________

# Dad-to-Be

Photo of Dad

Full name: ____________

Age: ______ Job: ____________

Hobbies: ____________

When I first found out: ____________

What I said: ____________

What I should have said: ____________

What I was thinking & feeling: ____________

Who I told: ____________

What they said: ____________

Favorite thing about being a Dad-to-Be: ____________

Scariest Thing: ____________

Hopes for Baby: ____________

Ultrasound Photo

# Baby-to-Be!

(Place month sticker here)

| Sunday | Monday | Tuesday | Wednesday | Thursday | Friday | Saturday |
|---|---|---|---|---|---|---|
| | | | | | | |
| | | | | | | |
| | | | | | | |
| | | | | | | |
| | | | | | | |

# From Here to Maternity

Pre-pregnancy Weight: ________ (optional)

Weight Now: ________ (super-optional!)

Predicted weight after Baby arrives: *Same as #1 above, of course!*

Favorite Foods: (continue on separate sheet if needed!)

________

________

________

________

Weirdest Craving: ________

________

________

Favorite Maternity Outfit: ________

________

________

Only Maternity Outfit?

yes ☐ no ☐

Exercise Routine: ________

________

________

________

________

Photo of Mom-to-Be in full Maternity Garb

Things to avoid when you're pregnant:

① caffeine

② smoking

③ All fashion magazines

④ Peppy pregnant friends

⑤ Full-length mirrors

⑥ ________

When I go to bed: ________

Naps per Day: ________

Meals per day: ________

Number of times I cry per day: ________

(Place month sticker here)

| Sunday | Monday | Tuesday | Wednesday | Thursday | Friday | Saturday |
|---|---|---|---|---|---|---|
| | | | | | | |
| | | | | | | |
| | | | | | | |
| | | | | | | |
| | | | | | | |

# Getting it All Together

## The Name Game

♡ Mom Likes: ♡

Girl ______________ Boy ______________

♡ Dad Likes: ♡

Girl ______________ Boy ______________

We Both Like:

______________________________

Others' Suggestions:

______________________________

## Baby's Room:

Our Address: ______________

______________

Theme: ______________

______________

Colors: ______________

______________

Swatch of fabric or paint chip:

Photo of Baby's Room

OR

Photo from Baby Shower

## The Baby Shower

When: ______________

Where: ______________

Who Threw It: ______________

______________

A Surprise? Yes ☐ No ☐

Who was there: ______________

______________

______________

______________

______________

Special Gifts: ______________

______________

______________

______________

______________

______________

Special Words of Wisdom:

______________

______________

______________

______________

(Place month sticker here)

| Sunday | Monday | Tuesday | Wednesday | Thursday | Friday | Saturday |
|---|---|---|---|---|---|---|
| | | | | | | |
| | | | | | | |
| | | | | | | |
| | | | | | | |
| | | | | | | |

# Ready or Not... Here I Come!

Baby's First Photo

Name: ______________________

Height: __________ Weight: __________

Day & Date: __________ Time: __________

Birthplace: __________ Doctor: __________

Baby is Named For: ______________________

Name Means: ______________________

Any Hair? Almost None ☐ A Little ☐ Lots & Lots ☐

Hair Color: ______________________

Baby Looks Like: ______________________

# "Mom & Dad's Excellent Adventure"

When/Where we realized Baby was coming: ______________________

______________________

A Funny Thing Happened on the Way to the Hospital:

______________________

______________________

Hours of Labor: __________

Things we won't forget: ______________________

______________________

Things we'll pretend never happened: ______________________

______________________

______________________

First Visitors & What they said: ______________________

______________________

______________________

Other Special Memories: ______________________

______________________

______________________

______________________

(Place month sticker here)

| Sunday | Monday | Tuesday | Wednesday | Thursday | Friday | Saturday |
|---|---|---|---|---|---|---|
| | | | | | | |
| | | | | | | |
| | | | | | | |
| | | | | | | |
| | | | | | | |

# Home For the Baby Days

## Things We Never Expected:

_______________

_______________

_______________

## Things We Were Ready For:

_______________

_______________

## People Who Came to See Baby at Home:

_______________

_______________

_______________

_______________

## Gifts:

_______________

_______________

## It's My Baby And I'll Cry If I Want to

Postpartum Notes:

_______________

_______________

_______________

_______________

Photo of the Family at Home

## What's Going On In the World

(Not that We'd Know!)

World Leaders: _______________

_______________

Recent Events: _______________

_______________

Movies: _______________

_______________ Price of a Movie: _______

Songs/Musicians: _______________

_______________

TV Shows: (Oh, This We Know!) _______________

_______________

Big Stars: _______________

_______________

Popular Athletes: _______________

_______________

Current Fashion Trend: _______________

_______________

Popular Cars: _______________

_______________

Price of Gas: _______________

Place 1st Class Postage Stamp Here

(Place month sticker here)

| Sunday | Monday | Tuesday | Wednesday | Thursday | Friday | Saturday |
|---|---|---|---|---|---|---|
| | | | | | | |
| | | | | | | |
| | | | | | | |
| | | | | | | |
| | | | | | | |

# The Young and the Sleepless

Is baby sleeping through the night?

☐ yes ☐ NO!!!

Our typical nighttime routine: ______________________

______________________

______________________

______________________

______________________

Things we do to lull baby to sleep: ______________________

______________________

______________________

______________________

______________________

Songs we sing: ______________________

______________________

______________________

______________________

Photo of sleeping Baby

♡ Pet names for Baby ♡

Mom's: ______________________

______________________

______________________

Dad's: ______________________

______________________

______________________

Others': ______________________

______________________

Most Consecutive Hours (or Minutes!) of Sleep this Month:

...And the winner is:

______________________

How long: ______________________

(Place month sticker here)

| Sunday | Monday | Tuesday | Wednesday | Thursday | Friday | Saturday |
| --- | --- | --- | --- | --- | --- | --- |
| | | | | | | |
| | | | | | | |
| | | | | | | |
| | | | | | | |
| | | | | | | |

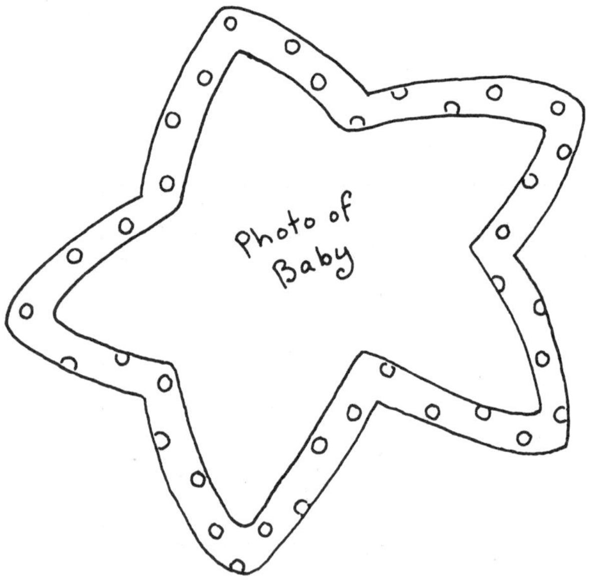


# The Star of Our Family

## Extra! Extra! Read All About It!

Tape a Lock of Baby's Hair Here ↘

## Baby's Religious Ceremony

______________________________

Where: ______________________________

When: ______________________________

Officiating: ______________________________

Baby's Reaction: ______________________________

Who was there? ______________________________

______________________________

______________________________

Afterward we: ______________________________

______________________________

♡ Special Thoughts: ______________________________

______________________________

______________________________

Baby's Handprint ↙

Baby's Footprint ↗

(Place month sticker here)

| Sunday | Monday | Tuesday | Wednesday | Thursday | Friday | Saturday |
|---|---|---|---|---|---|---|
| | | | | | | |
| | | | | | | |
| | | | | | | |
| | | | | | | |
| | | | | | | |

# New Leash on Life!

## Our Daily Routine

5:00 a.m. ____________________

6:00 a.m. ____________________

7:00 a.m. ____________________

8:00 a.m. ____________________

9:00 a.m. ____________________

10:00 a.m. ____________________

Is it time for bed yet?

11:00 a.m. ____________________

12:00 p.m. ____________________

1:00 p.m. ____________________

2:00 p.m. ____________________

3:00 p.m. ____________________

4:00 p.m. ____________________

5:00 p.m. ____________________

6:00 p.m. ____________________

Is it time for college yet?

7:00 p.m. ____________________

8:00 p.m. ____________________

9:00 p.m. ____________________

10:00 p.m. ____________________

11:00 p.m. ____________________

12:00 a.m. ____________________

1:00 a.m. ____________________

2:00 a.m. ____________________

3:00 a.m. ____________________

If we're still awake you don't want to know!

Baby going to Day Care

or

Baby & Mom on the Go

## Baby Goes to Day Care

Where: ____________________

When: ____________________

What First Visit Was Like: ____________________

Favorite Caregivers: ____________________

What Caregivers say about Baby: ____________________

What we like about Day Care: ____________________

(Place month sticker here)

| Sunday | Monday | Tuesday | Wednesday | Thursday | Friday | Saturday |
|---|---|---|---|---|---|---|
| | | | | | | |
| | | | | | | |
| | | | | | | |
| | | | | | | |
| | | | | | | |

# Family Matters

Great Grandmother | Great Grandfather | Great Grandmother | Great Grandfather | Great Grandmother | Great Grandfather | Great Grandmother | Great Grandfather

Grandmother | Grandfather | Grandmother | Grandfather

Mom | Dad

Baby

siblings | siblings

Baby's Aunts, Uncles & Cousins:

Pets:

Some of Our Traditions:

Family Picture

How Baby is Like Mom:

How Baby is Like Dad:

How Baby is One of a Kind:

(Place month sticker here)

| Sunday | Monday | Tuesday | Wednesday | Thursday | Friday | Saturday |
|---|---|---|---|---|---|---|
| | | | | | | |
| | | | | | | |
| | | | | | | |
| | | | | | | |
| | | | | | | |

# Just the Two of Us

## Our First Night Out—Alone!

When: ______________________

Where we went: ______________________

How long we stayed: ______________________

What we said: ______________________ ♡

______________________

What we thought: ______________________

______________________

Who stayed with Baby: ______________________

______________________

Where: ______________________

How it went: ______________________

______________________

______________________

How we survived: ______________________

______________________

## DAD ON DUTY!

Dad's First Time Alone With Baby:

______________________

Where Mom went: ______________________

______________________

How long: ______________________

What we did: ______________________

______________________

______________________

Funny Things: ______________________

______________________

Scary Things: ______________________

______________________

Diaper Change? Yes ☐ No need ☐ Oops! ☐

Things we won't tell Mom: ______________________

______________________

______________________

______________________

______________________ ♡

(Place month sticker here)

| Sunday | Monday | Tuesday | Wednesday | Thursday | Friday | Saturday |
|---|---|---|---|---|---|---|
| | | | | | | |
| | | | | | | |
| | | | | | | |
| | | | | | | |
| | | | | | | |

# Places Baby Has Been
(And What It Was Like)

Restaurants, Concerts, Events, etc...

## Places We Don't Dare Go Back to & Why:

Photo of Baby Out & About

## Baby's First Trip

Where:

When:

How Long:

How it Went:

What we did:

# Everything But the Kitchen Sink

What We Bring When We Go Out:

What We Always Forget:

## Over the River & Through the Woods

Visits with Relatives:

(Place month sticker here)

| Sunday | Monday | Tuesday | Wednesday | Thursday | Friday | Saturday |
|---|---|---|---|---|---|---|
| | | | | | | |
| | | | | | | |
| | | | | | | |
| | | | | | | |
| | | | | | | |

# It's Not Just a Meal... It's An Adventure!

## Food Firsts

First Solid Food: ______________

First Cereal: ______________

First Vegetable: ______________

First Fruit: ______________

First Meat: ______________

First Dairy: ______________

First Sweet: ______________

First Juice: ______________

Baby's Favorites: ______________

______________

______________

Baby's Dislikes: ______________

______________

______________

Mealtime Games: ______________

______________

## ♡ Breast-Feeding Baby ♡

Fond Memories: ______________

______________

______________

Funny Memories: ______________

______________

Strangest Place: ______________

Don't Ask! ______________

______________

## Table for Three, Please!

First Restaurant: ______________

What Baby Ate: ______________

______________

What We Ate: ______________

______________

What We Left Behind: ______________

How it Went: ______________

______________

How long we stayed: ______________

Will we go back? Yes ☐ No ☐

Photo of Baby at Mealtime

(Place month sticker here)

| Sunday | Monday | Tuesday | Wednesday | Thursday | Friday | Saturday |
|---|---|---|---|---|---|---|
| | | | | | | |
| | | | | | | |
| | | | | | | |
| | | | | | | |
| | | | | | | |

# ♡ Baby's Favorites ♡

Food: ______________________

Drink: ______________________

Meal: ______________________

Activity: ______________________

Place to go: ______________________

Song: ______________________

Game: ______________________

Toy: ______________________

Book: ______________________

Baby-sitters: ______________________

Friend: ______________________

Animal: ______________________

Some Dislikes: ______________________

______________________

______________________

## Baby Byte

Things Baby is Doing This Month

______________________

______________________

______________________

______________________

______________________

# Bringing Up Baby

Photo of Baby

| LIFE | B.B. (Before Baby) | A.B. (After Baby!) |
|---|---|---|
| Restaurants: | ______ | ______ |
| Trips: | ______ | ______ |
| Weekend Plans: | ______ | ______ |
| Bedtime: | ______ | ______ |
| Time we got up: | ______ | ______ |
| Car we drove: | ______ | ______ |
| What we wore: | ______ | ______ |
| What we talked about: | ______ | ______ |

## Spoiled Rotten (and why not?)

Who Spoils Baby? ______________________

______________________

How? ______________________

______________________

How Mom Spoils Baby: ______________________

______________________

How Dad Spoils Baby: ______________________

______________________

How Baby Spoils Mom & Dad: ______________________

______________________

______________________

(Place month sticker here)

| Sunday | Monday | Tuesday | Wednesday | Thursday | Friday | Saturday |
|---|---|---|---|---|---|---|
| | | | | | | |
| | | | | | | |
| | | | | | | |
| | | | | | | |
| | | | | | | |

# A Babe For All Seasons

## Winter

Seasonal Photo

Snow: ______________________

Sledding: ______________________

Holiday Celebrations: ______________________

Other: ______________________

## Spring

Grass: ______________________

Flowers: ______________________

Backyard: ______________________

Seasonal Photo

Zoo: ______________________

Other: ______________________

## Summer

Beach: ______________________

Sand: ______________________

Water: ______________________

Seasonal Photo

Parade: ______________________

Other: ______________________

## Fall

Leaves: ______________________

Hiking / Walks: ______________________

Playground: ______________________

Halloween: (Did Baby Dress Up?) ______________________

Seasonal Photo

Other: ______________________

(Place month sticker here)

| Sunday | Monday | Tuesday | Wednesday | Thursday | Friday | Saturday |
|---|---|---|---|---|---|---|
| | | | | | | |
| | | | | | | |
| | | | | | | |
| | | | | | | |
| | | | | | | |

# Talk to Me, Baby

## Baby Babble

Baby's First "Words" And What They Mean (We Think!): ______________________

______________________

______________________

______________________

______________________

______________________

______________________

Words Baby Understands: ______________________

______________________

______________________

______________________

Other Ways Baby Communicates:

______________________

______________________

______________________

Photo of Mom or Dad Reading to or Playing with Baby

## Books We Read Together:

______________________

______________________

______________________

______________________

Songs We Sing: ______________________

______________________

______________________

______________________

Games We Play: ______________________

______________________

______________________

______________________

______________________

Things That Make Baby Laugh: ______________________

______________________

______________________

______________________

(Place month sticker here)

| Sunday | Monday | Tuesday | Wednesday | Thursday | Friday | Saturday |
|---|---|---|---|---|---|---|
| | | | | | | |
| | | | | | | |
| | | | | | | |
| | | | | | | |
| | | | | | | |

## An Affair to Remember!

# Baby's 1st Birthday!

Baby's
Birthday Photo

# The Big Birthday Party!

When: ____________ Where: ____________

Who was there: ____________

Gifts: ____________

Funny Moments: ____________

Fond Memories: ____________

Rolls of Film Used: ________

Days it Took to Recover: ________

## Memory Lane

Looking Back on Baby's First Year...

(Place month sticker here)

| Sunday | Monday | Tuesday | Wednesday | Thursday | Friday | Saturday |
|---|---|---|---|---|---|---|
| | | | | | | |
| | | | | | | |
| | | | | | | |
| | | | | | | |
| | | | | | | |

# One Small Step for Baby...

# One Giant Leap for Mommykind!

*Baby On the Go!*

Record Firsts Here:

Baby Crawls: ______________________

Baby Stands: ______________________

Baby Takes Steps: ______________________

Baby Cruises: ______________________

Baby Walks: ______________________

# Say Cheese!

Age: ______________________

What it was like: ______________________

______________________

______________________

______________________

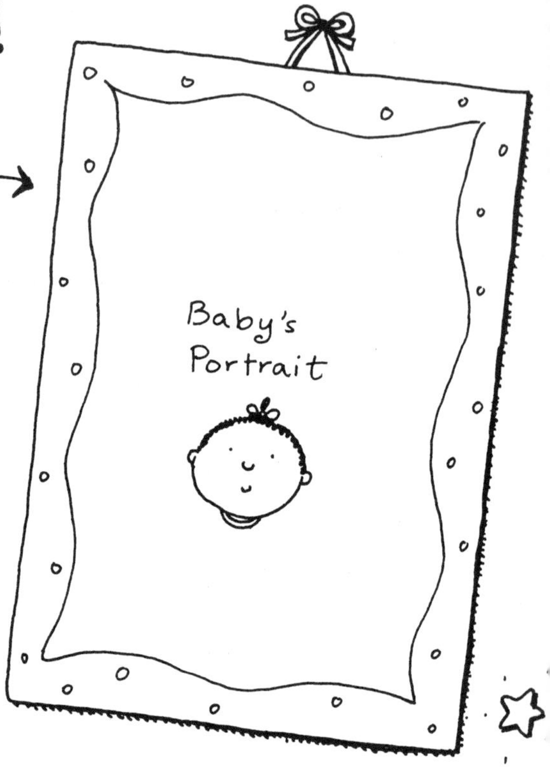

Age: ______________________

What it was like: ______________________

______________________

______________________

______________________

## Looking Ahead

| ♡ Mom's Thoughts ♡ | ♡ Dad's Thoughts ♡ |
|---|---|
| | |
| | |
| | |
| | |

Congratulations, Mom! You didn't just survive the first year – you thrived!

(Place month sticker here)

| Sunday | Monday | Tuesday | Wednesday | Thursday | Friday | Saturday |
|---|---|---|---|---|---|---|
| | | | | | | |
| | | | | | | |
| | | | | | | |
| | | | | | | |
| | | | | | | |

# Baby Turns 2!

Highlights from the Second Year

We always laugh when:

We try not to laugh when:

We were so embarrassed when:

Some words that describe Baby:

Baby is adorable when

Baby brightens our day when

Photo of Baby being Silly

Photo of Baby being Sweet

# Baby's Favorites

Toys: ______________________________

Music: ______________________________

Games: ______________________________

Books: ______________________________

Shows: ______________________________

Places to go: ______________________________

Friends: ______________________________

Animals: ______________________________

Foods: ______________________________

We'll always remember ______________________________

______________________________

______________________________

______________________________

______________________________

______________________________

______________________________

______________________________

______________________________

Photo from Baby's second birthday party

Two is Terrific!

Place a
Family Photo
Here

# Our Family